LPABETONG
FILIPINO

TAHANAN BOOKS
MANILA · SAIPAN · SEATTLE

Alpabetong Filipino

ni *Nicanor G. Tiongson*

Inilarawan ni *Crispin Dayao, Jr.*

Disenyo ni AURI ASUNCION YAMBAO

Is it Filipino or Pilipino? Is it Pilipinas or The Philippines?

Such questions have inspired as many answers as there are islands in our archipelago. For Filipinos, the quest for a unifying language mirrors the adventure of a nation in search of itself.

Welcome to *Alpabetong Filipino!*

The *alpabeto* we used is based on the Modern Filipino Alphabet chartered by the Philippine government in 1987. It has 28 letters. Of these, 20 are native Filipino, and eight come from the Spanish alphabet. The letters C, F, J, Ñ, Q, V, X, and Z are used only in proper names and nouns, scientific and technical terms, and words native to languages other than Filipino. Doubtless, purists will have plenty to argue about. Let the debates begin!

Ito ba ay Filipino o Pilipino? Pilipinas o Philippines?

Ang mga tanong na ito ay nagbigay inspirasyon sa maraming sagot na tulad ng pagkakaroon ng maraming isla sa ating bayan. Para sa mga Filipino, ang paghahanap ng isang wikang magbubuklod sa ating lahat ay nagpapakita ng pakikipagsapalaran ng isang bansang patuloy na naghahanap ng kanyang sarili.

Maligayang pagkilala sa Alpabetong Filipino!

Ang alpabetong ating ginagamit ay base sa Makabagong Alpabetong Filipino na ginawang opisyal ng gobyerno ng Pilipinas noong 1987. Mayroon itong 28 letra, 20 rito ang katutubong Filipino, at ang 8 ay mula sa alpabetong Kastila. Ang mga titik na C, F, J, Ñ, Q, V, X, at Z ay ginagamit lamang sa mga tanging pangalan ng tao, ngalan ng bagay, mga siyentipikong at teknikal na mga terminolohiya, at mga salitang katutubo sa mga wikang bukod pa sa Filipino. Walang duda, ang mga purista ay maraming pagtatalunan. Kaya nga simulan na ang mga pagtatalo!

Author's Note

For the longest time the alphabet taught to Filipinos has been not only that of the English language but also one whose letters were associated with things foreign ("A is for Apple"). Needless to say, this has contributed to further alienating Filipinos from their own heritage and culture, weakening their national identity. To help decolonize the Filipino consciousness, the present book uses the letters of the alphabet in Filipino and its modern orthography, and more importantly, teaches the letters of the alphabet by attaching them to objects which are etched in the Filipino heart and mind—from the country's past and present, from the northern to the southern provinces, from the ethnic to the regional to the national cultures.

Sa napakatagal nang panahon, ang alpabetong itinuro sa mga Pilipino ay hindi lamang iyong sa wikang Ingles kundi yaong ang mga letra ay nakakawing sa mga bagay na banyaga ("A is for Apple"). Sabihin pa bang ito'y lalo pang naglayo ng loob ng mga Pilipino sa kanilang sariling kaugalian at kalinangan, at nagpatamlay sa kanilang identidad bilang bansa. Bilang ambag sa dekolonisasyon ng kamalayang Pilipino, ang librong ito ay gumagamit ng mga letrang galing sa alpabetong Filipino at ng modernong ortograpiya, at, mas mahalaga, nagtuturo ng mga letra sa pamamagitan ng pagkakabit nito sa mga bagay na nakaukit na sa puso at isipan ng mga Pilipino—mula sa kasaysayan at kasalukuyan ng bansa, mula sa mga lalawigan ng hilaga hanggang timog, mula sa kulturang etniko, rehiyonal at nasyunal.

agila

The **agila** (eagle) is the national bird of the Philippines. Out of several species in the country, the most famous is the monkey-eating eagle. This rare and noble bird lives in forests where years of indiscriminate logging now threaten its future.

Ang agila ang pambansang ibon ng Pilipinas. Sa mga agila, pinakabantog ay ang agilang kumakain ng unggoy. Naninirahan ang pambihirang ibong ito sa kagubatang maraming taon nang kinakalbo, dahilan upang manganib ang agila sa hinaharap.

B

bakya

The **bakya** (wooden slippers) were the most common footwear of Filipino folks for centuries. Practical and inexpensive, the bakya are eminently suited to tropical heat and monsoon floods. The bakya reached artistic heights during the Japanese Occupation (1942–1945), where they showcased intricate carvings of plant and animal motifs.

Ang bakya ang pinakapopular na suot sa paa ng karaniwang mamamayan sa loob ng mga dantaon. Ang bakya ay angkop sa init tropiko at baha pag tag-ulan. Noong Panahon ng Hapon (1942–1945), narating ng bakya ang rurok ng kasiningan nang ginawang marangya ang mga ukit na halaman at hayop.

calesa

The colorful **calesa** has been a familiar sight on our streets since the 1800s. It is a horse-drawn carriage driven by a *kutsero* (rig-driver) and has two big wheels, a roof, and a backseat for two or more passengers. Used and hailed like a cab, the eco-friendly calesa runs, not on gasoline, but on grass and molasses.

Ang makulay na calesa ay pamilyar na tanawin sa mga kalye noon pang ika-18 dantaon. Isa itong karwaheng hila ng kabayong may kutsero; may dalawang malaking gulong, bubong, at upuan sa likod para sa dalawa o higit pang pasahero. Bagamat ginagamit tulad sa isang taksi, hindi kailangan ng kabayo ang gasolina; damo at pulot ay sapat na.

dyipni

God Bless

The **dyipni** (formerly spelt *jeep-ney*) is a passenger vehicle unique to the Philippines. Evolved from the American military jeep of World War II, the dyipni's chassis sports two benches facing each other that can seat as many as 18 passengers. Festooned with plastic buntings, chrome horses, curtains, and multicolored lights, the Filipino dyipni is a veritable fiesta on wheels!

Ang dyipni ay isang sasakyang sa Pilipinas lamang
matatagpuan. Nagmula sa pangmilitar na jeep ng Amerika
noong Ikalawang Digmaang Pandaigdig, ito ay may kahang
kinakabitan ng dalawang magkaharap na hanay ng upuan
na kayang magsakay ng 18 pasahero. Napapalamutian ng
mga banderitang plastik, mga latang kabayo, kurtina, at
sari-saring kulay ng mga ilaw, ang dyipni ng mga Filipino ay
maihahalintulad sa pistang nasa gulong!

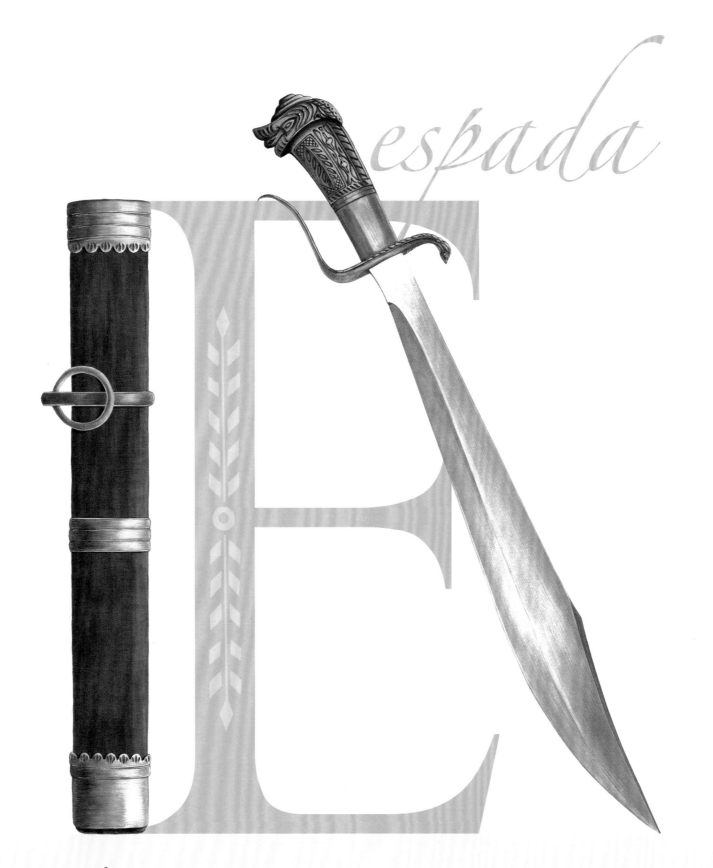

espada

The **espada** (sword) was introduced to the Philippines by Spain. We have since made it our own, using materials of wood, bamboo, and steel; and etching them with native motifs of plants and animals. Shown here is a wooden espada typical of the sword used by a prince in the traditional play called *komedya*, featuring battles between European and Middle-Eastern kingdoms.

Ang espada ay dinala sa Pilipinas ng Espanya. Itinuring natin itong atin gamit ang mga kahoy, kawayan, at bakal; nakaukit doon ang mga disenyo ng mga katutubong halaman at hayop. Makikita rito ang isang espadang kahoy na hawig sa espadang ginamit ng isang prinsipe sa tradisyonal na dulang komedya, na ang itinatampok ay ang labanan ng mga kahariang Europeo at Gitnang Silangan.

The **fale** is the traditional house of the Ifugao, in the Cordilleras, in northern Philippines. Built with a pyramidal roof made of grass, the fale stands on four posts, protecting its dwellers from snakes and wild animals. Due to the cold climate, it has no windows, only a small door through which a detachable ladder is pulled up at night.

Ang fale ay ang tradisyonal na bahay ng mga Ifugao sa Cordillera ng hilagang Pilipinas. Patatsulok ang bubong na gawa sa binigkis na damo, nakatindig ang fale sa apat na haliging nangangalaga sa nakatira dito laban sa mga ahas at mababangis na hayop. Wala ito mga bintana dahil sa malamig na klima at mayroon lamang maliit na pinto na kinakabitan ng hagdanang tinatanggal pagsapit ng gabi.

gitara

Like the espada, the ***gitara*** (guitar) is a gift from colonial Spain. Best-known are the six-stringed guitars of Cebu, carved from local woods such as narra, *langka* (jackfruit), or ebony. The gitara may be played solo or in a *rondalla*, a small ensemble of stringed instruments. It is also used by young men who serenade maidens in the romantic custom called *harana*.

Tulad ng espada, ang gitara ay isang handog mula sa Espanyang mananakop. Ang pinakakilala ay ang mga gitarang may anim na kuwerdas mulang Cebu na ukit sa mga kahoy tulad ng narra, langka, o kamagong. Ang gitara ay maaaring tugtugin bilang solong instrumento o bahagi ng rondalya. Ginagamit ito sa panunuyo ng mga binata sa mga dalaga sa isang romantikong kaugaliang kung tawagin ay harana.

halo-halo

In the tropics, Filipinos escape the summer heat with a tall glass of **halo-halo.** This festive concoction of sweetened fruits, gelatin, beans, shaved ice, and ice cream is served as a popular dessert or *merienda* (a small, mid-afternoon meal). Literally translated as "mix-mix," the halo-halo is a symbol of the delightful melange that is Filipino culture.

Tinatakasan ng mga Filipino ang init ng tropiko sa pamamagitan ng halo-halo. Ito ay pinagsama-samang minatamis na prutas, gulaman, munggo, kinaskas na yelo, at ice cream na paboritong panghimagas o meryenda sa hapon. Ito ay kawangis ng masayang paghahalo-halo ng sari-saring sahog na bumubuo sa kulturang Filipino.

Iinay

Inay comes from the word "Ina," which means "mother" in many Philippine languages. The word "Inay" conjures up the warmth of an embrace, the strength of a fort, and the perseverance of unconditional love. So much faith is placed in mothers that Filipinos believe that the prayers of all mothers can open the gates of heaven.

Ang "Inay" ay katumbas ng salitang "ina" na iisa ang kahulugan sa maraming wika ng Filipinas. Inaantig ng salitang "Inay" ang init ng yakap, ang lakas ng isang tanggulan, at ang walang kapagurang pag-ibig. Mataas ang tingin sa kanila kaya naniniwala ang mga Filipino na higit na dinidinig ng langit ang dasal ng isang ina.

jusi

Jusi, from the Chinese word "*hushih*," is a popular cloth used to make the *barong tagalog*, the native attire worn by Filipino males. Jusi is easy to embroider and can be woven with *piña* (pineapple), abaca, or cotton fibers. It is worn on formal occasions, from kindergarten graduations to presidential inaugurations.

Galing sa salitang Tsino, "hushih," ang jusi ay isang popular na telang ginagamit para sa barong Tagalog, ang ngalan ng katutubong suot ng mga kalalakihang Filipino. Madaling bordahan ang jusi, at maaaring mahabi sa pinya, abaka, o bulak. Isinusuot ito sa mga pormal na okasyon, mula sa pagtatapos ng mga kindergarten hanggang sa inagurasyon ng Pangulo.

K

kalabaw

The **kalabaw** (carabao) is the national animal of the Philippines. A farmer's friend, it patiently pulls the plow in the field, carries baskets of farm produce to town, or pulls a cart bearing sacks of rice through the mud. The carabao is decorated and blessed on the feast of San Isidro, the patron saint of farmers in Pulilan, Bulacan province.

Ang kalabaw ang pambansang hayop ng Pilipinas. Bilang kaibigan ng magsasaka, ito ang matiyagang nag-aararo sa bukid, nagpapasan ng mga basket ng ani patungong bayan, o humihila sa putik ng karetelang ang sakay ay mga sako ng bigas. Ginagayakan ang kalabaw at binabasbasan sa pista ni San Isidro, patron ng mga magsasaka, sa Pulilan, Bulacan.

L

loro

The **loro** is the native parrot. The size of a pigeon, it has a curved beak and is usually green and red in color. Kept as a pet, it can mimic human sounds. People known as chatterboxes are also called "loros."

Katutubong parrot ang loro. Sinlaki ng kalapati, ang loro ay may tukang kurbado at karaniwa'y berde at pula ang kulay. Bilang alaga, nagagaya ng loro ang boses ng tao. Ang mga taong walang patid ang kadaldalan ay tinatawag na loro.

The **mangga**, or mango, is the national fruit of the Philippines. When the mango is green, it is sour. But when it ripens to golden yellow, this heart-shaped fruit turns sweet and deliciously inviting, like the Filipino smile.

Ang mangga ang pambansang bungangkahoy ng Pilipinas. Kapag ang mangga'y berde, ito'y maasim. Ngunit kapag nahinog na ito't nagkulay gintong dilaw, ang hugis-pusong prutas ay tumatamis at nagiging kahali-halina, tulad ng ngiti ng Pilipino.

nuno-sa-punso

The **nuno-sa-punso,** literally "ancestor on the mound," refers to the strange creature fabled to reside on mounds of soil. Popularly depicted as an elderly male dwarf with a flowing beard, the nuno is a supernatural being who is easily irked when humans disrespect its natural habitat.

Ang nuno sa punso ay tumutukoy sa kakatwang nilikha na pinaniniwalaang nakatira sa nakaalsang lupa. Karaniwang inilalarawan bilang matandang lalaking duwende na may mahabang balbas, ang nuno ay makapangyarihang nilalang na madaling magalit kapag nilalapastangan ng tao ang likas niyang tirahan.

The **Niño** refers to the Santo Niño, the venerated image of the child Jesus. Since it was introduced to the islands by the Spaniards in the sixteenth century, devotion to the Santo Niño has spread all over Christian Philippines. The child Jesus depicted here is the oldest known in the archipelago, the Santo Niño of Cebu.

Ang Niño o Santo Niño ay tumutukoy sa imahen ng batang si Jesus. Simula nang dalhin ito ng mga Kastila sa bansa noong ika-16 na dantaon, ang debosyon sa Santo Niño ay kumalat sa Kristiyanisadong bahagi ng Pilipinas. Ang nakalarawan dito ay ang pinakamatanda sa lahat ng imahen ng Niño sa kapuluan, ang Santo Niño ng Cebu.

Ng

nganga

Chewing **nganga** (betel nut) was a popular pastime in the Philippines until the outbreak of World War II. Composed of a strip of thin tobacco leaf (*maskada*) and a slice of a betel nut (*bunga*), the two were wrapped in a heart-shaped leaf (*ikmo*) lined with lime (*apog*). If in days of yore, Native Americans smoked the peace pipe, Filipinos chewed betel nut to seal a pact or agreement.

Popular ang pagnganganga sa Pilipinas hanggang sumabog ang Ikalawang Digmaang Pandaigdig. Binubuo ito ng manipis na dahon ng tabako (maskada) at isang hiwa ng bunga na parehong binalot sa hugis-pusong dahon ng ikmo na pinahiran ng apog. Noon, ang pagnguya ng nganga ay katumbas ng pagkakasundo ng mga ninuno, na hindi malayo sa paghitit ng tabako ng mga Katutubong Amerikano.

orkid

The **orkid** (orchid) is a flower plant whose roots cling to the barks of trees. This exotic tropical plant is found in Philippine forests and comes in splendid colors and shapes. Most famous is our native *waling-waling*, whose stunningly beautiful flowers have dot-speckled petals of different colors.

Ang orkid ay halamang namumulaklak na ang mga ugat ay kumakapit sa mga punongkahoy. Sari-sari ang kulay at hugis ng kakaiba at pan-tropikong halamang ito, na matatagpuan sa mga gubat sa Pilipinas. Pinakabantog ang katutubong waling-waling, na ang nakakaakit na kariktan ay nagtataglay ng batik-batik na talulot na may iba't ibang kulay.

parol

The **parol** is our very own Christmas lantern. It symbolizes the North Star that Christians believe led the Three Kings to the birthplace of Jesus Christ. This five-pointed star is usually crafted out of a bamboo frame dressed in *papel-de-hapon* (Japanese wrapping paper). Colorful and eye-catching, the parol lights up the windows of Filipino homes at Christmas time.

Ang parol ay ang ilawang pamaskong sariling atin. Sinasagisag nito ang Tala sa Hilaga na pinaniwalaan ng mga Kristiyanong siyang gumabay sa Tatlong Hari patungo sa pook ng kapanganakan ni Jesucristo. May limang dulo ang talang ito na gawa sa kawayan na dinamitan ng papel-de-hapon. Makulay at kaakit-akit ang parol na gumagayak sa mga bintana ng mga tahanang Filipino tuwing Pasko.

queso

Is it Christmas yet? If so, bring out the **queso de bola!** This popular Yuletide gift is a ball of cheese coated with a rubbery red rind. Usually made of Edam or Dutch cheese, the queso de bola completes the Christmas table, especially when celebrating *noche buena* ("good night" in Spanish), the night when Christ was born.

Pasko na ba? Ilabas na ang queso de bola! Ang queso de bola ay tumutukoy sa espesyal na kesong bilog (karaniwa'y galing sa Holland), nababalot ng pulang parang goma na lumalabas tuwing panahon ng Pasko. Ito ay binibigay bilang regalo at lagi nang bahagi ng handa sa Pasko, lalo na ang handa sa noche buena (literal na kahulugan, "mabuting gabi"), o sa gabi ng kapanganakan ni Kristo.

R

radyo

Introduced by the Americans in 1922, the **radyo** (radio) answered the voracious need of Filipinos for news, music, and entertainment. Covering all corners of the archipelago, radio has done much to foster Filipino as the national language and unite our diverse peoples into one nation.

Unang dinala ng mga Amerikano noong 1922, tinugon ng radio ang masidhing pangangailangan ng mga Filipino sa balita, musika, at aliwan. Laganap sa halos lahat ng sulok ng kapuluan, malaki ang nagawa ng radyo sa pagpapalaganap ng Filipino bilang pambansang wika at sa pagkakaisa ng mga tao tungo sa isang bansa.

salakot

The **salakot** (native hat) is crafted from indigenous materials such as *anahaw*, coconut, and bamboo leaves. During the Spanish colonial era, *cabezas de barangay* wore them as symbols of authority. These community leaders wore salakots made of gourd or woven strips of reed that were studded with silver ornaments, topped with silver finials, and tied with coin-embellished ribbons.

Ang salakot, ang katutubong panakip-ulo, ay gawa sa dahon ng anahaw, niyog, at kawayan. Noong panahon ng Kastila, isinuot iyon ng mga kabesa de barangay bilang sagisag ng pamumuno. Gawa ang kanilang mga salakot sa upo o mga tinistis at linalang damo, na pinalamutian ng pilak na pantusok at tinalian ng mga lasong may dekorasyong salaping pilak.

T taka

Taka is the art of *papier mâché*. A specialty of Paete in Laguna province, taka toys include horses, carabaos, and country maidens, all painted with bright enamel colors and decorated with flowers and other motifs. Charming and unpretentious like the folk that craft them, these toy figures are sold at fiestas in many Tagalog towns.

Ang taka ay ang sining ng paggawa ng papier mâché. Bihasa dito ang mga taga-Paete sa lalawigan ng Laguna, na may mga laruang kabayo, kalabaw, tandang, at mga dalaga sa nayon na may matingkad na pinta ng enamel at napapalamutian mga bulaklak at iba pang motif. Simple at nakakaakit tulad ng mga taong lumikha sa mga ito, inilalako ang mga laruang gawa sa papier mâché kapag pista sa maraming bayan ng Katagalugan.

U
unggoy

Also called _tsonggo_ or _matsing_, the **unggoy** (monkey) is a primate native to the Philippines. Standing about a foot tall, it has a shiny, tawny coat and a long tail. These monkeys are denizens of the forests that feed on fruits and insects. The monkey is a character in an important fable retold by the Philippine national patriot Dr. José Rizal.

Tinatawag ding tsonggo o matsing, ang unggoy ay hayop na katutubo sa Pilipinas. May taas itong isang talampakan, may makintab na balahibong kulay abuhing lupa, at may mahabang buntot. Nakatira sila sa mga gubat, at kumakain ng mga prutas at insekto. Naitampok ang unggoy sa popular na pabulang muling isinalaysay ni Dr. José Rizal.

V

vinta

The **vinta** is a sailboat with outriggers used by the Sama people of Mindanao. During the Spanish colonial period, the swift vinta could elude the Spanish boats and ships that pursued them. Vintas are also famous for their colorful sails, which are different pieces of cloth sewn together to form geometric patterns.

Ang vinta ay isang bangkang may layag at katig na ginagamit ng mga Sama sa Mindanao. Noong panahon ng Kastila, kayang takasan ng mabilis na vinta ang mga bangka at barko ng Espanyol. Kilala rin ang mga vinta dahil sa kanilang makukulay na layag, na gawa sa iba't ibang piraso ng tela na tinahi para makabuo ng mga heometrikong disenyo.

watawat

The Philippine flag, or **watawat**, was unfurled during the declaration of Philippine Independence from Spain in Kawit, Cavite province, on June 12, 1898. Its colors symbolize purity (white), peace (blue) and courage (red). The three stars represent the main islands of Luzon, Visayas, and Mindanao, while the sun is a symbol of freedom. The eight rays of the sun symbolize the first Philippine provinces who revolted against Spain.

Ang watawat ng Pilipinas ay unang iwinagayway nang ipahayag ang kalayaan ng Pilipinas mula sa Espanya sa Kawit, Cavite noon 12 Hunyo 1898. Sinasagisag ng mga kulay nito ang kalinisan (puti), kapayapaan (asul), at kagitingan (pula). Kinakatawan ng tatlong bituin ang Luzon, Visayas at Mindanao, pangunahing mga isla ng bayan. Ang araw ay ang simbolo ng kalayaan. Sinisimbolo ng walong sinag-araw ang mga unang probinsiya na naghimagsik laban sa Espanya.

The **xylophone** is a musical instrument consisting of several wooden or metal sound bars of various lengths. These are arranged on a frame and pounded together with small wooden mallets. A local version is made of strips of bamboo arranged in a portable bamboo frame.

Ang xylophone ay isang instrumentong pangmusika na binubuo ng maraming piraso ng kahoy o metal na iba't iba ang sukat. Nakaayos ang mga ito sa isang kuwadro at pinatutunog ng maliliit na masong kahoy. Mayroon din itong bersyong lokal na gawa sa mga piraso ng kawayan na inayos sa isang portabol na kuwadrong kawayan.

Y yema

The **yema** is a native candy, also known by the Spanish word *pastilyas*. It is made from chicken egg yolks mixed with sugar and milk. After cooking and cooling, it is shaped into balls, rolled in white sugar, and wrapped in brightly colored cellophane.

Ang yema ay minatamis na popular sa tawag na pastilyas. Gawa ito sa pula ng itlog na hinaluan ng asukal at gatas. Pagkaluto at pagkalamig, ito'y ginagawang mumunting bola, na iginugulong sa asukal at saka binabalot sa matitingkad na kulay ng cellophane.

zigzag

To many Filipinos, the word **"zigzag"** summons to mind Kennon Road, the winding 50-kilometer highway that ascends from Pangasinan province to Baguio City. After the Americans decided to make Baguio the summer capital of the Philippines in 1903, United States Major Lyman Kennon built the road that was later named for him. Since then, the zigzag evokes memories of summer holidays amidst the scent of pines.

Kapag binanggit ang "zigzag" ay maiisip ang Kennon Road, ang paliko-likong 50 kilometrong hi-way paakyat mula lalawigan ng Pangasinan hanggang Baguio. Ipinangalan ito kay Major Lyman Kennon na siyang gumawa ng daan matapos ideklara ang Baguio noong 1903 bilang summer capital ng bansa. Ang zigzag ang hudyat ng masayang bakasyon kapag tag-init sa gitna ng nakahahalinang halimuyak ng mga pino.

Evolution of the Filipino Alphabet

The Indigenous Philippine Alphabet
BAYBAYIN

 17 letters

MGA PATINIG

a   e–i   o–u

MGA KATINIG

ba   ka   da   ga   ha   la   ma

na   nga   pa   sa   ta   wa   ya

From 1565

When the Spaniards colonized the Philippines, they introduced the use of the Roman alphabet.

1940
ABAKADA

20 letters

A, B, K, D, E, G, H,
I, L, M, N, NG, O,
P, R, S, T, U, W, Y

Pronounced as:

|A|, |Ba|, |Ka|, |Da|, |E|, |Ga|, |Ha|, |I|, |La|, |Ma|,
|Na|, |Nga|, |O|, |Pa|, |Ra|, |Sa|, |Ta|, |U|, |Wa|, |Ya|

Source: *Balarila ng Wikang Pambansa* (1940)
ni Lope K. Santos

1976
PINAGYAMANG ALPABETO

 31 letters

A, B, C, CH, D, E, F, G,
H, I, J, K, L, LL, M, N,
Ñ, NG, O, P, Q, R, Rr,
S, T, U, V, W, X, Y, Z

Source: Department of Education, Culture and Sports (1976)

1987
MAKABAGONG ALPABETONG FILIPINO

 28 letters

A, B, C, D, E, F, G, H,
I, J, K, L, M, N, Ñ, NG,
O, P, Q, R, S, T, U, V,
W, X, Y, Z

Source: Linangan ng mga Wika sa Pilipinas (1987)

2013
ALPABETONG FILIPINO

 28 letters

A, B, C, D, E, F, G, H,
I, J, K, L, M, N, NG, Ñ,
O, P, Q, R, S, T, U, V,
W, X, Y, Z

Source: Komisyon sa Wikang Filipino (2013)

Source: *Ortograpiyang Pambansa*, Komisyon sa Wikang Filipino (2013)

Nicanor G. Tiongson

Nicanor G. Tiongson is a professor emeritus at the U.P. Film Institute, College of Mass Communication, University of the Philippines-Diliman. He has written pioneering books on Philippine traditional dramatic forms such as the *sinakulo* and *komedya* as well as books on Filipino cinema. His creative works include full-length plays, dance libretti, and several documentaries on Philippine theater. His achievements have been recognized by the Manila Critics Circle, U.P. Alumni Association, the Ateneo de Manila University, the National Research Council of the Philippines, the Surian ng Wikang Pambansa and the National Commission for Culture and the Arts. In 1999, he was one of the 100 artists and cultural workers who received the Cultural Center of the Philippines Centennial Honors for the Arts.

Si NICANOR G. TIONGSON ay propesor emeritus sa U.P. Film institute, Kolehiyo ng Pangmadlang Komunikasyon, Unibersidad ng Pilipinas-Diliman. Nakapagpalimbag na siya ng mga libro tungkol sa mga tradisyunal na anyong pandula ng Pilipinas tulad ng sinakulo at komedya at pati na rin ng mga aklat tungkol sa pelikulang Pilipino. Sa mga malikhaing akda niya ay kabilang ang mga dulang ganap ang haba, mga libretto para sa sayaw, at maraming dokumentaryo tungkol sa dulang Pilipino. Ang kanyang mga nagawa ay kinilala na ng Manila Critics Circle, U.P. Alumni Association, Ateneo de Manila University, National Research Council of the Philippines, Surian ng Wikang Pambansa at National Commission for Culture and the Arts. Noong 1999, isa siya sa 100 artista at manggagawang pangkultura na tumanggap ng Centennial Honors for the Arts mula sa Cultural Center of the Philippines.

Crispin Dayao, Jr.

Crispin Dayao, Jr. was born in San Luis, Pampanga province. He graduated in 1990 from Far Eastern University with a bachelor's degree in Fine Arts, majoring in advertising. Mr. Dayao illustrated Tahanan Books' *A First Look at Philippine....*flora and fauna series. He lives with his family in Saipan (Northern Mariana Islands), where he works full-time as a graphic artist and creative designer.

Ipinanganak si Crispin "Jun" Dayao, Jr. sa San Luis, Pampanga. Siya ay nakapagtapos ng kolehiyo sa Far Eastern University ng kursong B.A. in Fine Arts noong taong 1990. Isinalarawan ni Ginoong Dayao ang A First Look at Philippine....series tungkol sa mga halaman at hayop na inilathala ng Tahanan Books. Naninirahan siya at ang kanyang pamilya sa Saipan (Northern Mariana Islands), kung saan siya nagtatrabaho bilang isang graphic artist at creative designer.

Para kina Chester, Richelle, Gwyneth, at Amaris Tiongson at kanilang henerasyon:
Nawa'y sabay na pumasok ang letra sa kanilang sentido at pagkamakabayan sa kanilang puso.
— N.G.T.

Para sa aking asawang si Sol, at ang aming
mga anak na si Arvin at Mark.
— C.D

Inilathala sa Pilipinas ng Tahanan Books
Sangay ng Ilaw ng Tahanan Publishing, Inc.
Unit 402, Cityland 3 Building
105 V.A. Rufino corner Esteban Street
Legaspi Village, Makati City, Philippines
Telfax: (63-2) 813-7165
marketing@tahananbooks.com

www.tahananbooks.com

Isinalin sa Filipino ni Nicanor G. Tiongson
May karagdagang salin nina Rebecca Añonuevo, Eugene Evasco, at Eleanor S. Hechanova
Inedit ni Maria Bernadette L. Abrera, Ph.D. ang mga tala hinggil sa kasaysayan ng alpabeto
Disenyo ng aklat ni Auri Asuncion Yambao
Inilimbag sa Pilipinas ng Studio Graphics

10 9 8 7 6 5 4 3 2 1
Unang Edisyon

The alphabet letters are set in Perpetua, with hand-drawn carvings inspired by local
inlaid mother-of-pearl crafts. The calligraphy of iconic names is set in Zapfino.
The text is set in Cronos Pro.

The National Library of the Philippines Cataloging-in-Publication Data

Recommended entry:

Tiongson, Nicanor.
    Alpabetong Filipino / ni Nicanor Tiongson;
inilarawan ni Crispin Dayao, Jr.—Makati
City : Ilaw ng Tahanan Pub., c2013.
    p. ; cm.

ISBN 978-971-630-174-8

1. Filipino language–Alphabet. 2. Filipino
language–Alphabet–Juvenile literature. I. Dayao,
Crispin. I. Title.

PL6052   499.211111   2013   P320130506